VỚT BÌNH MINH TRONG ĐÊM
Thơ Phương Tấn

Nhà Xuất Bản
NHÂN ẢNH
2024

VỚT BÌNH MINH TRONG ĐÊM
Thơ Phương Tấn
Cảm nhận: Vương Trùng Dương, Nguyễn Lệ Uyên
Bìa: Uyên Nguyên Trần Triết
Tranh bìa & Phụ bản: Hồ Thành Đức
Tranh bìa 1: Ánh Sáng Trên Đá
Biên tập: Quy Hồng
Dàn trang: Văn Tuyển Sài Gòn
ISBN: 9798330201501
Nhân Ảnh
Xuất Bản
2024

Đêm, ôi đêm ôi đêm
Đêm cười như tiếng nấc
Đắng nghẹn cả biển vàng
Đêm cười như rót đạn
Giết cả một giang san

Nhà báo
Vương Trùng Dương

THI PHẨM "VỚT BÌNH MINH TRONG ĐÊM" ĐỘC ĐÁO VÀ THÚ VỊ

Năm 1939, nhóm Xuân Thu Nhã Tập gồm các văn nghệ sĩ Phạm Văn Hạnh, Đoàn Phú Tứ, Nguyễn Xuân Sanh, Nguyễn Xuân Khoát, Nguyễn Đỗ Cung, Nguyễn Lương Ngọc hình thành, năm 1942 xuất bản tập sách cùng tên là "Xuân Thu Nhã Tập".

Ảnh hưởng từ khuynh hướng tượng trưng, ấn tượng... ở Âu Châu nên nhóm Xuân Thu Nhã Tập đưa ra quan niệm mới mẻ về thơ: "Nó là cái gì không giải thích được, mà cũng không cần giải thích... Theo đó, một bài thơ không nên được hiểu như một bài văn, một cách lộ liễu nhất định. Thơ phải chứa nhiều sức khêu gợi, ý ở ngoài lời... Thơ không cần lúc nào cũng rõ nghĩa, không phải lúc nào cũng sáng sủa... Nó giữ phần sâu kín, giữ phần sâu sắc; không phải lúc nào cũng theo lý luận, vì nó chịu sức chi phối của những luật vô hình...

Vậy thơ là một cái gì huyền ảo, tinh khiết, thâm thúy, cao siêu, cái hình ảnh sự khắc khoải bất diệt của muôn vật: cõi Vô Cùng".

Năm 1941, bài thơ "Màu Thời Gian" của Đoàn Phú Tứ với ngôn ngữ thi ca vừa lạ, vừa bí ẩn:

Màu thời gian không xanh
Màu thời gian tím ngát
Hương thời gian không nồng
Hương thời gian thanh thanh.

... Duyên trăm năm đứt đoạn
Tình một thuở còn vương
Hương thời gian thanh thanh
Màu thời gian tím ngát.

Trong cuốn "Thi Nhân Việt Nam" của Hoài Thanh & Hoài Chân, ấn hành năm 1942, khi giới thiệu các nhà thơ thường trích dẫn nhưng với Đoàn Phú Tứ chỉ có bài "Màu Thời Gian" đã hạ bút: "Trong thơ ta có lẽ không có bài nào khác tinh tế và kín đáo như thế".

Thơ có nhiều thể loại, trong thơ cổ với ngũ ngôn bát cú rất thông dụng, ngũ ngôn tứ tuyệt rất ít nhưng hầu như mọi người thường nhắc đến hai câu trong bài thơ:

Cửu hạn phùng cam vũ
Tha hương ngộ cố tri.

Những bài thơ 5 chữ được nhạc sĩ Phạm Duy phổ thành ca khúc như "Chưa Bao Giờ Buồn Thế" của nhà thơ Cung Trầm Tưởng với ca khúc "Tiễn Em", bài thơ "Kiếp Nào Có Yêu Nhau & Đừng Bỏ Em Một Mình" của nhà thơ Minh Đức Hoài Trinh phổ nhạc cùng tên, bài thơ "Chuyện Tình Buồn" của Phạm Văn Bình với nhạc phẩm "Năm Năm Rồi Không Gặp" và bài thơ "Ma

Soeur" của Nguyễn Tất Nhiên với ca khúc "Em Hiền Như Ma Soeur"... Bài thơ "Thoi Tơ" của Nguyễn Bính do Đức Quỳnh phổ thành ca khúc, bài thơ "Anh Cho Em Mùa Xuân" của Kim Tuấn được Nguyễn Hiền phổ thành nhạc cùng tên...

Trải qua năm tháng với ngôn ngữ thi ca qua cung bậc đã đi vào lòng người. Đơn cử vài bài thơ 5 chữ được nhạc sĩ cảm hứng viết thành những tình khúc thể hiện thể loại thơ nầy ngắn gọn, nhẹ nhàng với âm điệu.

Với thể thơ 5 chữ, chúng ta được biết qua vài bài thơ tiêu biểu của các nhà thơ trong thi ca Việt Nam. Nay, nhà thơ Phương Tấn ấn hành thi tập *"Vớt Bình Minh Trong Đêm"* gồm 61 bài thơ 5 chữ tròn sáu thập niên. Và, nhiều bài thơ trong thi phẩm nầy tạo nguồn cảm hứng cho các nhạc sĩ Võ An Nhơn, Đynh Trầm Ca, Trần Quang Lộc, Phan Ni Tấn, Lam Duy, Nguyễn Tuấn... phổ thành ca khúc.

Với tựa đề của thi phẩm rất lạ vì *"bình minh*

trong đêm", trong bối cảnh mang biểu tượng trừu tượng đó mà lại *"vớt"*, với tôi độc đáo và thú vị. Như đã đề cập ở trên theo quan niệm của nhóm Xuân Thu Nhã Tập: *"Thơ không cần lúc nào cũng rõ nghĩa, không phải lúc nào cũng sáng sủa... Nó giữ phần sâu kín, giữ phần sâu sắc..."*. Ngoài tựa đề của thi phẩm, người đọc sẽ bắt gặp nhiều bài thơ độc đáo và thú vị theo quan niệm này trong tập thơ *"Vớt Bình Minh Trong Đêm"*.

Sáng tác thơ đôi khi đột phá, trong sáu thập niên qua Phương Tấn đã tìm con đường nầy trong thơ anh. Trước sự tồn vong của đất nước, tiền đồ của dân tộc với thực trạng xã hội hiện tại, nhà thơ thay mặt cho mọi người dân Việt chân chính thiết tha với quê hương, tuy sống ở hải ngoại nhưng canh cánh với sự sống còn mà tiền nhân xây dựng:

Cảm nhận bài thơ "Nam Quốc Sơn Hà" của danh tướng Lý Thường Kiệt, bài thơ "Nước Nam Dân Hán Ở" nói lên nỗi phẫn uất:

Đêm của loài quỷ đỏ
Chấm máu ăn thịt người
Nhai gan mừng tuổi thọ
Định mệnh đêm sát nhân
Nước Nam dân Hán ở.

Đêm, ôi đêm ôi đêm
Đêm cười như tiếng nấc
Đắng nghẹn cả biển vàng
Đêm cười như rót đạn
Giết cả một giang san!

Lời "nguyền rủa" của nhà thơ thay cho chúng ta:

Chúng nó bán quê hương
Chúng nó bán mình rồi
Làm người dân khi chết
Không cọng cỏ che thân.

... Quê hương bầm vết cắt
Cứa mối sầu khôn nguôi.
(Trích: Chảo Lửa Trụng Cơ Đồ)

Ở đây, thơ Phương Tấn như chứng nhân lịch sử mà trong quá khứ nhà thơ Tản Đà Nguyễn Khắc Hiếu (1888 - 1939) với các bài thơ "Vịnh Bức Dư Đồ Rách" đọc lên thấy xót xa. Trong bài vịnh cụ Phan Bộ Châu than thở *"Đành chịu ngồi trông rách tả tơi"*.

Nay đọc thơ Phương Tấn, lòng tôi chùng xuống khi quê hương bị tròng trong cái ách xâm lược của Bắc phương, bao năm qua ngư dân phải cam chịu.

Ồ, đâu phải bóng ma
Và đâu phải tàu lạ
Là một loài quỷ đỏ
Nuốt biển đảo quê ta!

... Mong giết đi lịch sử
Xóa nhòa tổ tông ta!
(Trích: Bóng Ma & Tàu Lạ)

Hình ảnh đau thương của người dân miền

Trung được ghi nhận trên truyền thông được phác họa ngắn gọn:

Oằn lưng đèo cá chết
Biển, thủy mộ trắng phau
Đất miền Trung bạc phếch
Lệt xệt sóng dìu nhau.

Giọt lệ rơi thành muối
Hòa vào giữa biển khơi
Những vòng đời lầm lũi
Quay ngắc ngoải giữa trời!
(Trích: Biển, Thủy Mộ Trắng Phau)

Và, niềm hy vọng ánh dương trong đêm tối:

Này anh em tôi ơi
Hãy đem rải mặt trời

... Việt Nam một ngày mới!
(Trích: Hãy Đem Rải Mặt Trời)

Bài thơ "*Hãy Vui Như Tình Đắng*" qua lời tự

tình sáng tác năm 1965:

... Hãy vui như lòng vắng
Bụi phủ qua nhiều năm
Hãy vui như tình đắng
Răng chạm giữa đường răng

... Em sầu trong mắt đá
Anh cười trong cánh phai.

Hai thập niên sau bài thơ "Bên Dòng Sông Chiêm Bao" với hình ảnh thuở xa xăm đó trên cố hương trong nỗi cô đơn:

Nàng hẹn nàng không đến
Bầu trời thắp cơn giông

... Chim buồn chim không hót
Sông buồn sông xanh xao
Tình buồn tình thêm ngọt
Và như là chiêm bao...

Xa quê nhà, lang thang giữa trời Sài Gòn năm

1983 trong tâm trạng:

Em là con chim trời
Vút bay vào cõi phúc
Tôi con chim côi cút
Bay ngẩn ngơ bên đời.
(Trích: Buồn
Như Trăng Nhớ Ai)

Sau năm 1975, tuổi trẻ đã một thời *xếp bút nghiên* với thân phận:

Lên rừng, rừng trơ xương
Xuống sông, sông cạn nước
Nắng tha lửa lên nương
Mây tha sương về núi.

... Một con thuyền mắc cạn
Một nỗi đau bềnh bồng.
(Trích: Nắng Hạn)

Miền Nam Việt Nam sụp đổ, trong cảnh phân ly, tang tóc, chỉ còn ta với ta:

*Đừng hỏi sao tôi khóc
Sao soi lại bóng người
Hãy đi xa thật xa
Đừng hỏi sao tôi khóc.*
(Trích: Đừng Hỏi Sao Tôi Khóc)

Những bài thơ trong tập thơ nói về tình yêu, quê hương và thân phận con người trong chiến tranh, tháng ngày nơi quê nhà và tuổi già nơi hải ngoại. Với hình bóng người mẹ là hình ảnh thiêng liêng cao quý nhất, qua thơ văn và trong lòng chúng ta không thể nào diễn đạt hết, nói sao cho hết sự hy sinh, thương yêu từ khi mang nặng đẻ đau, nuôi dưỡng, bảo bọc... cho đến tuổi già nhưng với người mẹ vẫn như đứa trẻ được sinh ra. Đọc những bài thơ của Phương Tấn viết về mẹ, rất xúc cảm.

*Này, con thèm đi học
Để biết mình biết yêu
Để biết mình biết khóc
Xót quê mình đìu hiu.*
(Trích: Mẹ Ngủ Ngoan Con Thương)

Gõ chiếc thân lép kẹp
Như gõ vào áo quan
Nào cười như xé ruột
Xin cười cho mẹ vui
Ôi cười như xé ruột
Xin cười cho mẹ vui.
(Trích: Con Buồn Mẹ Có Vui)

Gặp bạn thời bạc phước
Khuyên mẹ bán bớt con
Mẹ ôm con khóc mướt:
"Bán Mẹ không bán con.
(Trích: Cuốn Trôi Giấc Mơ Tiên)

Tâm trạng Phương Tấn cũng như bao người sống trên đất khách trong những ngày Tết cổ truyền không thể nào vui khi xa hình bóng mẹ:

Thưa Má, Má của con
Con không về kịp tết
Buồn như chưa được buồn
Buồn như năm vừa hết

Buồn như lòng vừa chết.

(Trích: Mẹ Ơi, Con Không Về Kịp Tết)

Theo lời tác giả chia sẻ với tôi: *"Vớt Bình Minh Trong Đêm"* gồm một số bài thơ 5 chữ được trích trong tập thơ *"Khổ Lụy"* thêm những bài thơ được viết sau này nhưng trước và sau, thơ đều một tâm trạng buồn, rất buồn...

Năm 1970, nhà xuất bản "Người Trẻ Việt Nam" chọn 26 bài thơ cho tập thơ Khổ Lụy. Lời bạt của NXB: "... *Khổ Lụy, tập thơ thứ hai của Phương Tấn. Hầu hết những bài trong tập này được viết trước năm 20 tuổi. Tập thơ được in ra như để thu vén một khoảng đời xót xa của quê hương, của cơn bệnh cùng sự đìu hiu tuyệt cùng của Phương Tấn, một khoảng đời thê thảm đến lạnh người...*"

Ngày 17 tháng 10 năm 1970, Sở Phối Hợp Nghệ Thuật của Bộ Thông Tin Việt Nam đã ra quyết định cấm xuất bản tập thơ "Khổ Lụy". Hồ sơ ghi rõ: "... *Thơ Phương Tấn chán nản vì chiến tranh, vì tang tóc, vì bị trị...".*

Tập thơ *"Khổ Lụy"* của Phương Tấn dù không có giấy phép nhưng NXB *"Người Trẻ Việt Nam"* vẫn cho in và phát hành *"rộng rãi"* trong năm 1971".

Đọc trong thi phẩm *"Vớt Bình Minh Trong Đêm"* đăng lại một số bài thơ trong *"Khổ Lụy"*, có vài bài không có gì phản chiến mà thân phận tuổi trẻ của thời bom lửa, chiến tranh xảy ra do đâu, vì ai. Nêu ra trường hợp nầy để tùy nhận định của bạn đọc. Chẳng hạn bài thơ Đợi Bóng:

*Cha tôi theo cách mạng
Huyễn mộng giữa đất trời
Sầu đùn theo năm tháng
Mẹ đợi bóng ma trơi.*

Hay:

*Nào, dốc ngược tim mình
Ngã chúi vào dĩ vãng*

Ta dốc ngược tim mình
Chợt thấy đời đã cạn.
(Trích: Chợt Thấy Đời Đã Cạn, Sài Gòn, 6-1967)

Nay, nỗi niềm của thi nhân cũng như bạn bè vào tuổi cuối đời ở phương xa:

A, mình ta đối ẩm
Tình ơi ngộ quá đi
Sầu khua và lệ đẫm
Não nề cõi biệt ly.

Đời có chi lạ lẫm
Chia ly và từ khi...
Ta ngồi bên mộ huyệt
Thương tình xửa tình xưa
(Trích: Người Ngày Xửa Ngày Xưa)

Đọc hết những bài thơ theo dòng thời gian của Phương Tấn mới hiểu rõ tâm hồn nhân bản, vị tha. Nhà thơ ghét cái vô lý, bất công, bạo ngược. Ngày trước thương cho thân phận con người trong cuộc sống, tình yêu trong chiến tranh, khói lửa, gây phân ly, tang tóc. Ngày nay uất hận khi quê hương lâm vào cảnh khốn cùng:

Quỷ đỏ đeo mặt nạ
Giết cả mẹ cùng con
Cướp cả non cùng nước!

Việt Nam phơi hồn cốt
Lồng lộng giữa đêm đen
Quê hương chỉ có một
Đường đi đến tự do.
Tuổi trẻ chỉ có một
Lý tưởng và lương tri.
(Trích: Mẹ & Con, Non & Nước, 2019)

Nữ văn sĩ Pháp Françoise Sagan (1935 - 2004), được giải Prix des Critiques (Giải Của Các Nhà Phê Bình). Trước năm 1975 nhiều tác phẩm của bà được dịch ra Việt ngữ vì vậy rất quen thuộc với độc giả ở miền Nam Việt Nam. Trong tác phẩm *"Un Peu de Soleil dans L'eau Froide"*, 1969 (Chút Mặt Trời Trong Nước Lạnh), tựa đề ngộ thật, nay bắt gặp tựa đề của nhà thơ Phương

Tấn: *"Vớt Bình Minh Trong Đêm"* càng ngộ hơn. Rất thú vị.

Thật vậy cõi Vô Cùng!

Vương Trùng Dương
(Little Saigon tháng 4-2020)

Nhà văn
Nguyễn Lệ Uyên

THƠ PHƯƠNG TẤN LÀ ĐỒNG VỌNG NHỮNG ĐAU THƯƠNG CỦA DÂN TỘC

"*Vớt Bình Minh Trong Đêm*" là một tập hợp 61 bài thơ từ đầu thập niên 60s trở về sau là những lời ca bi thống trong bối cảnh nhiễu nhương của đất nước. Ở đó, tuổi trẻ VN đã bước vào vũng lầy lịch sử đau thương, tan tác, đổ vỡ trong cuộc nội chiến càn rỡ, xấu xí nhất.

Và, dẫu chỉ là một giai đoạn ngắn ngủi 20 năm, khởi từ vết cắt lìa Nam Bắc; dòng Hiền Lương là chứng nhân là vết cắt đẫm máu, đẫm đìa vết nhơ dân tộc chảy dài oan nghiệt rồi nối tiếp cuộc đuổi chạy kinh hoàng có một không hai trên những đợt sóng cuồng bạo, trở thành thủy mộ quan lấp xác hàng trăm ngàn con người chui trốn khỏi địa ngục trần gian để mong tìm đến bến bờ tự do.

Với những đoạn lìa khốc liệt như vậy, hẳn nhiên không người cầm bút nào có thể làm ngơ như kẻ bàng quang trước vận nước đau thương.

Họ đã lên tiếng.

Họ đã ghi lại bằng chữ nghĩa, hình ảnh, âm thanh, màu sắc...

Họ lên đường và tiếp tục lên đường, hàng hàng lớp lớp. Đặc biệt giai đoạn chiến tranh ác liệt nhất tại miền Nam, từ 1964 trở đi.

Những người viết văn làm thơ thời kỳ này đã tạo ra một hình hài của văn chương miền Nam thật sự tự do, nhân bản, khai phóng.

Những máu, nước mắt, những phẫn nộ lẫn buồn chán... trộn vào nhau, tạo thành khúc ca bi tráng của thời đại.

Lớp nhà văn trẻ hậu Sáng Tạo xuất hiện trên các tạp chí văn nghệ thủ đô Sài Gòn ngày càng đông đảo, đủ mọi thành phần trong xã hội và hầu hết vừa cầm súng vừa viết văn.

Phương Tấn thuộc thế hệ này. Anh xuất hiện khá sớm trên các tạp chí văn nghệ miền Nam đầu thập niên 60s, khi mới 15 tuổi với những câu thơ nhuốm đầy những suy tư, dằn vặt về thân phận làm người.

Đêm bay lên xòe đôi mắt đen ngòm
Ta cởi dạ thả giữa bồn trăng huyết
Thân chẻ vụn giăng làm hoa diễm tuyệt
Kết hồn này bằng âm điệu sầu ma.

Từ bấy đến nay, gia tài thi ca anh để lại tuy không đồ sộ nhưng lại là một phần nhân chứng của thời kỳ nội chiến tàn khốc nhất.

Thơ Phương Tấn là những điệu buồn, ray rứt

như giữa khuya chợt nghe tiếng chim lẻ loi rớt trong bóng đêm thăm thẳm, như giọng ru con nghẹn ngào của bà mẹ quê gửi niềm thương nhớ người chinh phu.

Và, ở tập này, *"Vớt Bình Minh Trong Đêm"*, Phương Tấn sử dụng hình thức cổ phong cách tân, phá vần, tung điệu nhưng cái ngân nga âm hưởng trong từng câu, từng từ, sâu thăm thẳm là những lời oán thán về số phận bi thương của dân tộc trong thảm cảnh nồi da xáo thịt!

Chúng ôm bom khiêu vũ
Trên quá khứ cha ông
Mong giết đi lịch sử
Xóa nhòa tổ tông ta

Đã từ lâu, giai điệu Bà Mẹ Gio Linh của Phạm Duy vẫn mãi ám ảnh tôi mỗi khi Thái Thanh đẩy ca từ vào âm vực cao nhất, rộng nhất. Nó cứ nghẹn ngào, u uất đến tưởng chừng rất phi lý nhưng hoàn toàn có thật. Thơ Phương Tấn cũng rơi vào trường hợp này.

Hãy vui như tình đắng
Răng chạm giữa đường răng
Ngỡ hai hàng nến trắng.

Đọc thơ Phương Tấn là dẫn cả đôi chân, tâm trí bước vào những hang hốc tăm tối, những bãi cỏ gai... Rồi khi khép lại nghe như bị cào xước tận đáy lòng; đôi khi như cái chạm nhẹ thịt da phơi trần lên mặt đá sỏi. Một chút rỉ máu, một chút nhói đau như cái vuốt tay cuối cùng trong cuộc tình lỡ.

Với Phương Tấn, người thông chân vào cõi thơ anh chính là kẻ bại trận trước những phơi bày năm chữ dàn kín cả tập đầy nhịp thở dồn dập khôn cùng của cánh chim từ cành cao đột nhiên rơi tõm xuống thảm cỏ ướt đẫm mưa đêm.

Sự tỉnh thức trong thơ anh chính là những hình hài co quắp, một đụn tro tàn hôm qua bỗng lóe sáng buổi bình minh, nhưng lại là bình minh của đêm nguyệt tận, của hai mươi năm dài phi thực phi mộng phi lú mê, đủ để nỗi buồn cùng những thất vọng vón lại thành căn bệnh trầm kha cho tuổi trẻ Việt Nam, khóc với nhau trên những giọt lệ tràn, đắng cay, tủi nhục.

Ta khóc người khóc ta
Người khóc ta khóc người
Ta khóc người khóc ta
Cơn mưa chiều úa rã.

Đó cũng là thế giới đầy huyễn hoặc của chàng trai trẻ khi mới mười lăm đã bước vào cuộc rượt đuổi phong trần chữ nghĩa và thế sự trượt dài.

Và vì thế, *"Vớt Bình Minh Trong Đêm"* là tiếng kêu thầm, đồng vọng những thanh âm nghẹn ngào nỗi đau của dân tộc, quê hương cùng những bà mẹ quê còng lưng với đôi quang gánh trĩu nặng máu xương trên đôi vai gầy. Và cũng chính vì thế, những bài thơ năm chữ của anh không màu mè, bóng bẩy cũng chẳng ẩn dụ cao xa. Nó thật gần trong tầm với, trước mắt như những dễ gai xương rồng nhọn hoắc cào găm vào thịt da đến tóe máu.

"*Vớt Bình Minh Trong Đêm*" chính là những âm hưởng, vang vọng một trời tang thương và một đời đau thương.

Nguyễn Lệ Uyên
(Sàigòn tháng 4-2020)

MỘNG TƯỞNG tranh Hồ Thành Đức

HÃY VUI
NHƯ TÌNH ĐẮNG

Gai hồng chích lệ khô
Mưa hoài không bến đỗ
Gai hồng vuốt ngực xanh
Hồn lạnh những không ngờ.

Anh sầu trong mắt lá
Em cười trong cánh gai
Anh sầu trong mắt đá
Em cười trong cánh phai.

Lệ ngậm bóng chim soi
Mắc giữa cành bông máu
Hồn ngậm bóng trăng soi
Mắc giữa cành bông máu
Buồn hoài những mưa mai
Mắc giữa cành bông máu.

Hãy vui như lòng vắng
Bụi phủ qua nhiều năm
Hãy vui như tình đắng
Răng chạm giữa đường răng
Ngỡ hai hàng nến trắng.

Em sầu trong mắt lá
Anh cười trong cánh gai
Em sầu trong mắt đá
Anh cười trong cánh phai.

(Sàigòn - Đà Nẵng 1965)

Thơ: Phương Tấn
Phổ nhạc: Nhạc sĩ Đynh Trầm Ca
Trình bày: Nhạc sĩ Trần Quang Lộc

THEO CƠN MƯA GIỮA ĐỜI

Thêm một lần cắn răng
Lại một lần lệ rã
Sao rụng giữa cành trăng
Lệ cười như trút lá

A, một tên ma bùn
Tiếc chi chút môi hồng
Thương chi người thiếu phụ
Kêu cho người sang sông.

Chiều xa chiều xa mãi
Ta khóc người khóc ta
Đò đi đò đi mãi
Người khóc ta khóc người.

Ta câm như miệng hến
Sá chi quân sầu tình
Ai kêu buồn chi lạ
Buồn lẫn đầy thinh không.

Thôi ngày ba bốn bận
Ta buộc lại lòng mình
Như kẻ nào chuốc rượu
Chuốc mỗi mình khen vui.

Ôi tóc ta đà lẫn
Theo mây trắng bên trời
Và lệ em đà lẫn
Theo cơn mưa giữa đời.

Chiều xa chiều xa mãi
Ta khóc người khóc ta
Đò đi đò đi mãi
Người khóc ta khóc người.

(Sàigòn 1974)

LỆ CƯỜI NHƯ TRÚT LÁ

Sao lưỡi đời đầy dao
Cho mắt ta đầy lệ?

Dao vướng giữa cành hoa
Lệ cười như trút lá
Dao rụng giữa ta bà
Em buồn sao không khóc
Thở dài như cánh mưa.

Dao gọt ta ngọt lạnh
Dao ướp những mật hồng
Lót cành lưng em ngã
Nhiễu hạt máu thơm trong.

Thân em vàng cánh lụa
Thân em vàng ấy sao?
Đời quay dao và múa
Điếng lòng ta, ôi chao!

(Sàigòn 1972)

VƯỚNG NƠI THÂN KHỔ LỤY

Đừng. Đừng. Người đừng đến
Hà tất phải nhọc tâm
Dẫu tóc ta bạc phếch
Lấm lem những bụi tình.

Trả tình bằng nước mắt
Ta uống lệ nói sàm
Chắc người không nỡ chấp
Tình gần mà xa xăm.

Thôi dễ gì hạp ý
Tình rơi dạt ngoài sông
Theo biển đời mênh mông
Vướng nơi thân khổ lụy.

Gió thì say túy lúy
Đất trời thì lăn quay
Trăng sao thì ma mị
Gió say. Kệ gió say!

(1972)

SẦU ĐIÊN
TA SẦU ĐIÊN

Ta nhặt nhạnh những lệ
Nhặt cho ráo một đời
Nhỡ một mai ta chết
Còn lệ khóc cho ta.

Em mắc giữa cành sương
Leo hoài không đến đất
Ta mắc giữa hốc đời
Leo hoài không đến nhau.

Tay che qua tàn huyệt
Vĩnh biệt vĩnh biệt Kym
E một lời cũng mỏi
Vĩnh biệt vĩnh biệt Kym
Ôi mắt ta vàng khói
Và lệ cháy như thơ.

Xé thơ lót bông lệ
Sầu điên ta sầu điên
Lệ cháy hoài khôn kể
Sầu điên ta sầu điên.

(Texas 1970 - US Navy Hospital Ship Repose, AH-16)

MỘT NỤ HỒNG QUẠNH QUẼ

Này một đôi chim sẻ
Ủ nắng trong mắt anh
Hắt bóng đôi nụ hồng
Nhú từ trái tim em.

Nay, một con chim sẻ
Chết trong lòng mắt anh
Một nụ hồng quạnh quẽ
Giữa đất trời lạnh tanh.

Bay qua từ kiếp nạn
Phận mình như bóng mây
Nhân gian theo gió lay
Rụng giữa dòng tro bụi.

(24-9-2021)

ĐỪNG HỎI SAO TÔI KHÓC

Em đi xa thật xa
Đừng hỏi sao tôi khóc
Sao mài lại lòng mình
Bằng cổ họng thương tâm.

Đừng hỏi sao tôi khóc
Sao soi lại bóng người.
Hãy đi xa thật xa
Đừng hỏi sao tôi khóc.

Thôi ngày cũng đã tan
Và tôi cũng trở dậy
Xòe tay và bắt lấy
Đêm, ơi đêm ơi đêm!

(Sài gòn 1965)

BUỒN NHƯ TRĂNG NHỚ AI

Đò chờn vờn xa bến
Như ai chia tay ai
Bóng trăng khuya hiu hắt
Buồn như trăng nhớ ai.

Hai hàng cây ve vẫy
Ai giã từ ai đây
Con phố rêu đứng đấy
Buồn như phố đợi ai.

Tôi cứ như cỏ khô
Em cứ như ngọn lửa
Cháy theo dòng gió ngược
Thổi từ thuở yêu em.

Em là con chim trời
Vút bay vào cõi phúc
Tôi con chim côi cút
Bay ngẩn ngơ bên đời.

(Sàigòn ngày 08 tháng 7-1983)

Thơ: Phương Tấn
Phổ nhạc: Nhạc sĩ Phan Ni Tấn
Hòa âm: Nhạc sĩ Trần Quang Lộc
Trình bày: Ca sĩ Bích Tuyền, ca sĩ Lâm Dung,
ca sĩ Ngọc Quỳnh
Phổ nhạc: Nhạc sĩ Lam Duy
Trình bày: Ca sĩ Tâm Thư

BÊN DÒNG SÔNG CHIÊM BAO

Nàng hẹn nàng không đến
Bầu trời thắp cơn giông
Chim bay chim bay mỏi
Tia chớp nhòe bến sông.

Mái chèo khua lặng lẽ
Người lái đò đăm chiêu
Chiều lên chiều lên khẽ
Tiếng mưa buồn buồn thiu.

Một người ngồi vẫn ngồi
Mưa thì vẫn mưa thôi
Nàng hẹn nàng không đến
Con đò xuôi lẻ đôi.

Chim buồn chim không hót
Sông buồn sông xanh xao
Tình buồn tình thêm ngọt
Và như là chiêm bao...

(Lai Nghi - Điện Nam tháng 7-1983)

Thơ: Phương Tấn
Phổ nhạc: Nhạc sĩ Đynh Trầm Ca
Trình bày: Ca sĩ Đức Minh

ĐÙA GIỮA VƯỜN U MINH

Trăng lu nến cũng hết
Ta lại giỡn một mình
Như kẻ nào chơi thuyền
Vớt nước rót đầy khoang.

Ta giỡn kệ ta giỡn
Bẻ gãy cả đất trời
Như kẻ nào giăng lưới
Bắt cá tận non cao.

Tiếc chi mà tư lự
Sá gì chút sầu tình
Kể chi đời cô lữ
Đùa giữa vườn u minh.

Tiếng em từ đáy mộ
Vọng thơm cõi vãng sinh.

(Chùa Vĩnh Nghiêm Sàigòn tháng 7-1983)

NGƯỜI NGÀY XỬA NGÀY XƯA

A, mình ta đối ẩm
Tình ơi ngộ quá đi
Sầu khua và lệ đẫm
Não nề cõi biệt ly.

Đời có chi lạ lẫm
Chia ly và từ khi...
Ta ngồi bên mộ huyệt
Thương tình xửa tình xưa.

Có con nhạn kêu miết
Khóc người xửa người xưa.
Rồi con nhạn cười miết
Chết mù bên mộ xưa!

(Gửi Lai Nghi 2020)

ĐÁ VỠ tranh Hồ Thành Đức

ĐỢI BÓNG

Cha tôi theo cách mạng
Huyễn mộng giữa đất trời
Sầu đùn theo năm tháng
Mẹ đợi bóng ma trơi.

(Đà Nẵng 1960)

MẸ ƠI,
CON KHÔNG VỀ KỊP TẾT

Thưa Má, Má của con
Con không về kịp tết
Buồn như chưa được buồn
Buồn như năm vừa hết
Buồn như lòng vừa chết.

Ở Mỹ không hạt dưa
Không lì xì không mứt
Không lấp ló sau nhà
Chờ được mừng tuổi Má.

Xuân ở quê nội con
Có bà con cô bác
Cầm tay ngỡ kẻ thù
Có anh em ruột thịt
Mà giết nhau như chơi.

Xuân ở quê nội con
Rượu mà như nước mắt
Khóc say nhau một lần
Mai chắc gì thấy mặt
Mai chắc gì anh em.

Xuân ở quê nội con
Chúc nhau mà lại khóc
Phòng mai mình chết đi
Không còn người để khóc
Phòng mai người chết đi
Còn có mình đã khóc.

Xuân ở quê nội con
Xuân sao buồn chi lạ
Buồn như thể chiến tranh
Buồn như năm buồn bã.

Xuân ở quê nội con
Xuân sao buồn chi lạ!

(Wilmington - Ohio 1969)

CUỐN TRÔI
GIẤC MƠ TIÊN

Gặp bạn thời bạc phước
Khuyên mẹ bán bớt con
Mẹ ôm con khóc mướt:
"Bán Mẹ không bán con."

Tà lụa trắng trong tóc
Cuốn trôi giấc mơ tiên
Là dấu chân con gái
Đuổi theo nỗi lặng yên.

Cha đi từ thuở nọ
Biệt tích giữa chiến khu
Những chiều mưa phố đỏ
Mẹ vớt xác ven sông
Những chiều mưa phố đỏ
Mẹ vò võ trông chồng.

Thân Mẹ gầy hơn cỏ
Càng vò võ hoài mong
Thương dầu hao bấc cạn
Gửi phận vào thinh không.

(Sàigòn 1962)

TUỔI TRẺ ĐEN ĐÊM ĐEN

Sau ngày tháng năm đó
Mày đã làm được gì?
Tiếng quát của lý tưởng
Quay tít giữa châu thân
Căng thêm niềm thần bí
Tôi thiếu điều hụt chân.

Ôi chao, ngày phụt tắt
Tuổi trẻ đen đêm đen
Từng ý nghĩ thoăn thoắt
Nhảy trong trí não này.

Nỗi thật đen thấp xuống
Cùng bão lũ lên cao
Đuổi theo đuổi theo mãi
Trên số phận hẩm hiu.

Trên số phận hẩm hiu.

(Sàigòn 1962)

MẸ, BÀ TIÊN BẤT HẠNH

Con ngo ngoe từng ngày
Dưng không Mẹ buồn lạ
Lắt lay cánh cò già
Đời có chi ngộ quá.

Con ngo ngoe từng ngày
Mẹ sao rầu thúi ruột
Mẹ khóc ngày khóc đêm
Xanh như tàu lá chuối.

Mẹ, bà tiên bất hạnh
Gượng leo dây một chân
Quẩy quạnh hiu một gánh
Chập choạng vào thế gian.

Mẹ, bà tiên bất hạnh
Gượng leo dây một tay
Quẩy quạnh hiu một gánh
Chập choạng vào thế gian.

(Đà Nẵng 1961)

MẸ NGỦ NGOAN
CON THƯƠNG

Ôi, con thèm đi học
Dẫu tuổi đã cùng đường
Như sinh ra đà khóc
Thèm có mỗi tình thương.

Ôi, con thèm đi học
Như khi còn thai nhi
Thầm thì trong bụng Mẹ:
"Mẹ ngủ ngoan con thương."

Ôi, con thèm đi học
Để biết mình biết yêu
Để biết mình biết khóc
Xót quê mình đìu hiu.

Ôi, con thèm đi học
Phận đời như bóng câu
Tủi một thời ngang dọc
Tát hoài mỗi bể dâu.

(2022)

Thơ: Phương Tấn
Phổ nhạc và trình bày: Nhạc sĩ Phan Ni Tấn

CHẾT SỮNG GIỮA CƠN MƠ

Gõ lấy thân lép kẹp
Như gõ vào áo quan
Đất trời vừa khép mắt
Buồn hơn thuở hồng hoang.

Những đồng tiền mẹ rót
Lăn qua kẽ tay mòn
Hạnh phúc nào còn sót
Lọt thỏm giữa đời con.

Tiêu xài da thịt mẹ
Nến tắt. Gió là con
Con là quân đổ đốn
Yêu Mẹ như thù con.

Gõ chiếc thân lép kẹp
Như gõ vào áo quan
Con cười như gỗ ván
Xếp vó giữa gò hoang.

Con cười như vết đạn
Chết sững giữa cơn mơ.

(Sàigòn tháng 7-1997)

YÊU MẸ,
CHỈ MẸ THÔI

Tuột xuống tuột xuống nữa
Rơi tỏm giữa hố đời
Lọt thỏm thềm địa ngục
Ngộp ngụa những bụi tro.

Không ngủ cũng chẳng thức
Không bóng cũng chẳng hình
Sửng hồn và mê sảng
Mịt mùng nẻo vô minh.

Lọt thỏm thềm địa ngục
Mẹ đâu, ôi Mẹ đâu?
Vọng âm từ ánh chớp
Cửa tâm mở nghiệp lành!

Vọng âm từ ánh chớp
Nghiệp lành mở cửa tâm
Lấp lánh từ chánh nghiệp
Rợp bóng Mẹ trong con.

Yêu Mẹ, chỉ Mẹ thôi!

(Tháng 7-1997, một đêm trong cơn hoảng loạn và mê sảng, tôi thấy mình đi tìm Mẹ và bị tuột xuống trước thềm địa ngục...)

CON KHÓC ĐÂY MẸ ƠI!

Nhìn trăng con thấy Mẹ
Mẹ ngồi giữa bóng trăng
Lên chùa con thấy Mẹ
Mẹ tọa giữa đài sen.

Đường đời con có Mẹ
Dẫu lạ cũng thành quen
Đường đời không có Mẹ
Chỉ lạ khó mà quen.

Đường đời con mất Mẹ
Vất vưởng giữa trời đen.

(Quê nhà 2023)

MẸ CƯỜI
GIỮA TÂM CON

Đã năm sáu tuổi đầu
Còn đòi ngủ bên Mẹ
Đôi đêm lại đái dầm
Ướt cả Mẹ và con.

Nay đà trên bảy mươi
Ước được ngủ bên Mẹ
Văng vẳng tiếng Mẹ cười:
"Con của Mẹ quá hư!"

Con nhìn quanh ngó quất
Trầm lụy phủ thế gian
Bụi lấm lem cửa Phật
Mẹ cười giữa tâm con.

(Quê nhà 2023)

NỖI BUỒN VẪN CÒN NGUYÊN
tranh **Hồ Thành Đức**

BƯỚC RA
TỪ NHÀ THƯƠNG ĐIÊN
BIÊN HÒA

Cung cúc giữa xó đời
Chờn vờn bóng ma trơi
Cười sao cười quá đỗi
Ta giỡn, kệ ta chơi.

Ta tự làm khán giả
Cùng sân khấu trống không
Phá lên cười ha hả
Tên lạc chợ trôi sông.

Cúi và từng bụm cát
Nỗi bạo hành trong tay
Ta đấm ta xây xát
Rồi thu thân đứng cười.

Ta đấm ta ngã xuống
Hồn mắc nơi cành khô
Ta đấm ta ngã xuống
Ngã xuống ta đứng lên
Gỡ hồn và ngúc ngoắc.

Này giữa lòng thánh địa
Thượng đế treo toòng teng
Nhiễu nhương cười hô hố
Và thánh thần Amen!

Hai với hai mười sáu
Từng khoản buồn lên cao
Từng niềm vui xuống thấp
Ta vo đầu cười khan.

Nào, bật trái tim ra
Treo leo heo đầu lưỡi
Nỗi khốn cùng tròn xoe
Tò tí tò tí te.

(Dưỡng Trí Viện Biên Hòa 1973)

CHỢT THẤY ĐỜI ĐÃ CẠN

Đừng soi vào mắt ta
Kẻ lạ nào quen quá
Giấu chi giọt sương lạ
Lau chi hạt máu hồng.

Đừng soi vào mắt ta
Chiếc lồng không bóng chim
Treo một đời để nhử
Chết ngọt những đường kim.

Đừng soi vào mắt ta
Cánh hồng đen lã chã
Nhạt nhòa giữa lòng ta
Cơn mưa chiều úa rã.

Nào, dốc ngược tim mình
Ngã chúi vào dĩ vãng
Ta dốc ngược tim mình
Chợt thấy đời đã cạn.

(Sàigòn tháng 6-1967)

BẮT BÓNG

Nước sông lạnh. Cô quạnh
Bóng chập chờn. Bóng ma
Ta vóc trăng. Hư ảnh
Bóng chờn vờn. Bóng ta.

Ôi trên mộ bia nào
Và trên xương cốt nào
Mật hoa là lệ đắng
Hạt máu là bi ai!

(1973)

NGƯỜI NÓI CHUYỆN VỚI MỘ BIA

Chút xương da xanh mướt
Liệu người qua nổi sông
Đời buồn sâu bóng trượt
Hồn có mà như không.

Người vớt tuổi con gái
Trôi dạt tít xó đời
Trời trống huơ trống hoác
Không diệt cũng chẳng sinh.

Gió dường như quíu lưỡi
Mây mỏng phận, bạc đầu
Đời buồn sâu bóng trượt
Hồn có mà như không.

───────

(Texas 1969,
Thư LMỹ viết từ quê nhà:
"Nhưng dù sao thì cuối cùng cũng vào mấy miếng ván sơn đỏ thôi.")

CƠN MƯA CHIỀU ÚA RÃ

Mưa rụng đầy bến xe
Lòng rụng đầy tiếng khóc
Đất rụng đầy những sao
Cơn mưa chiều úa rã.

Chim không còn trong răng
Môi không còn chiu chít
Chim không còn trong răng
Cơn mưa chiều úa rã.

Từng giọt từng giọt buồn
Nhỏ xuống lòng nhân gian
Lăn trong đời hiu quạnh
Nhỏ xuống lòng nhân gian
Cơn mưa chiều úa rã.

(Bến xe Biên Hòa 1972)

LỬA GAI VÀ BÃO DỮ

Chàng đong đưa trên chỉ
Đêm khẽ đến bao giờ
Đêm mở toang quá khứ
Với đôi mắt to đen
Lửa gai và bão dữ.

(Tôi leo lên chân tôi
Tôi leo lên tay tôi
Đi một tay một chân
Phá lên cười ha hả.)

Đêm lên đêm không xuống
Chàng là tên giễu trò
Cho mọi người cười rộ
Khi tiếng nói cất lên
Từng nỗi đau đớn một.

(Tôi leo lên chân tôi
Tôi leo lên tay tôi
Đi một tay một chân
Phá lên cười ha hả.)

Chàng xoay mặt vào vách
Những đèn nến sau lưng
Và một người đã đến
Cũng buồn bã như chàng.

(Tôi leo lên chân tôi
Tôi leo lên tay tôi
Đi một tay một chân
Phá lên cười ha hả.)

Và tiếng nói cất lên
Từng nỗi đau đớn một.

(Texas 1971)

CÙI CŨI

Thôi đậu nơi cành cao
Nơi không người đổ lại
Tôi đậu nơi cành cao
Chót chét từng tiếng nói.

Tôi nói mình tôi chơi
Chơi mỗi mình cùi cũi
Lủi thủi mình tôi chơi
Chơi mỗi mình cùi cũi.

Phờ phạc giữa hốc đời
Mỗi mình một mình ơi
Mót hộ ta hạt nắng
Mỗi mình một mình ơi!

Ngậm ngùi chi cho mệt
Thế sự nào không hư
A, con trăng chợt khuyết
Không thốt gì thêm đâu!

(1961)

CHỚ ĐIÊN
CHỚ BẢO ĐIÊN

Ngậm cõi đời trong miệng
Ta ngẫm chi cũng buồn
Thốt một lời cũng mỏi
Chớ điên chớ bảo điên.

Đêm mỗi mình bó gối
Ngồi cú xụ Phật ơi
Đêm mỗi mình bó gối
Lắc chuỗi cười trong tay
Lắc cho sùi bọt mép
Chớ điên chớ bảo điên.

Lăn cho đều trái tim
Lắc cho đều cái chết
Lăn cho đều trái tim
Qua mỗi phần cái chết
Lắc cho đều cái chết
Qua mỗi phần trái tim.

Ta dựa lưng vào ngực
Tim lăn qua kẽ chân
Lăn qua lăn qua đất
Vòng đất vòng đất nữa.
Chớ điên chớ bảo điên.

Ta là người là ta
Người là ta là người.

*(Da Bà Bầu Chợ Lớn
và bệnh viện Bình Dân Sàigòn 1962)*

ĐẮNG VÀ CAY

Lại một đêm không ngủ
Tôi há họng soi gương
Chặn ngực nghiến lấy gối
Lầy lội vết thương tâm.

Lại một đêm không ngủ
Bứt tóc vo lấy đầu
Âu sầu như cỏ khô
Tôi cắn răng chịu khổ.

Thôi thức cho qua đêm
Đêm thức cho qua ngày
Ngày thức cho qua năm
Quên bẵng đắng và cay.

Nào quên như nỗi nhớ
Nỗi nhớ nỗi nhớ ơi!

(Bệnh viện Bình Dân Sài gòn 1963)

VÂNG,
MỘT ĐỜI KHỔ LỤY

Tôi nhảy chồm lên trán
Đứng huýt sáo liên hồi
Tôi nhảy chồm lên trán
Cất tiếng hót véo von
Rồi phá lên cười ngất
Cười như đất nước tôi
Ôi như phận đời tôi.

Này tôi xé thương yêu
Chia mỗi người một ít
Tôi xé hết thương yêu
Còn mỗi mình khốn khổ.

Thôi tôi buồn hộ tôi
Đời thấy chi cũng ngộ
Nhốt cổ họng thương tâm
Giẫm lên nỗi cùng khổ.

Thôi, tôi buồn hộ người
Mang theo làm lộ phí
Dành tiêu hết một đời
Vâng. Một đời khổ lụy
Trần trụi những bụi tro!

(Sài gòn 1965 cùng cơn bệnh)

REO VUI
GIỮA HUYỆT ĐỜI

Này cô đơn quá đỗi
Tuổi trẻ làm sao ăn
Tóc đà trắng buồn bã
Sao chẳng thấy Phật đâu
Nhào lộn trên thánh giá
Vẫn chẳng thấy Chúa đâu.

Thôi đêm còn hai tay
Bức tóc vo lấy đầu
Và ngày còn hai chân
Giẫm lên cùng nỗi khổ.

Thôi tôi còn một tôi
Reo vui giữa huyệt đời
Huyệt đời huyệt đời ơi!

(1963)

CHÈO QUEO
GIỮA PHẬN ĐỜI

Đừng cho tôi giết tôi
Tôi còn tôi còn người
Đừng cho tôi giết người
Tôi còn người trong tôi.

Hỡi một tôi một người
Hỡi những người những tôi
Sao nhặt nhạnh khốn khổ
Phủ lên cùng thân nhau.

Tôi lận theo nỗi đau
Nấu lòng đôi chân bước
Từng quả tim cắm ngược
Mọc trên mỗi dấu chân
Từng lưỡi dao cắm ngược
Mọc trên mỗi trái tim.

Vắt vẻo triền đá lỡ
Tuổi trẻ đen đêm đen
Sao tóc đà bạc phếu
Ăn chưa hết cô đơn
Sao râu đà già quéo
Chèo queo giữa phận đời.

Vắt vẻo triền đá lỡ
Tuổi trẻ đen đêm đen

(Việt Nam tôi, ngày vào lính 1968)

VÀO NHỮNG NGÀY
CÓ KINH NGUYỆT

Ta giẫm qua mặt mình
Giẫm qua cơn lệ lớn
Ta giẫm lên mặt người
Chân vắt giữa cành răng
Cổ dài như ngực mỏng.

Mặc, hãy mặc để mặc
Cung cúc giữa xó đời
Sá chi một tiếng thét
Mộ đời mộ đời ơi!

Đêm sâu rừng sâu hơn
Rừng sâu ta sâu hơn
Thèm được nói như người.

Ta giẫm qua mặt mình
Giẫm qua cơn lệ lớn
Và giẫm lên mặt người
Chạy thiếu điều hụt hơi
Kịp trời lên lúc chết.

Kịp trời lên lúc chết.

(Sàigòn và cơn bệnh 1966)

ĐỜI LẤM LEM BỤI KHỔ

Này da vàng đầy phố
Vẫn không thấy anh em
Sao da vàng đầy phố
Vẫn không thấy mặt người!

Nào bước khỏi đám đông
Khỏi những khuôn mặt kịch
Xin bước khỏi đám đông
Lòng mở lòng nguội ngắt.

Hãy xem tôi đã chết
Tôi đã chết lâu rồi
Những lúc buồn quá đỗi
Tôi nghĩ thế cho vui.

Đời lấm lem bụi khổ
Ngày mờ mịt bóng đêm.

Này da vàng đầy phố
Vẫn không thấy anh em
Sao da vàng đầy phố
Vẫn không thấy mặt người!

(Sài gòn 1966)

BIỂN HIỂU TA HƠN NGƯỜI

Vất vưởng nơi biển lạ
Chèo queo giữa mây trời
Nghĩ chi thời giặc giã
Dạ chỉ thêm rầu thôi.

Năm ba câu lếu láo
Ta cũng chỉ buồn thiu
Ô kẻ nào dại bảo:
Hãy lội ngược đời mình.

Tuổi xuân nào đà mỏi
Trôi giạt tít mù xa
Thời buổi chi cũng lạ
Biển hiểu ta hơn người.

Đợi chi ta phải khóc
Bộ khóc mới buồn sao
Cần chi người thủ dao
Mới giết được anh hào.

Thời buổi chi cũng lạ
Bỏ nhà vượt biển chơi
Thời buổi chi lạ quá
Chèo queo giữa mây trời!

(Honolulu – Hawaii 1969, gửi Trung tá, nhà thơ Nhân Hậu, tác giả tập thơ "Có Nói Cũng Không Cùng" và Tướng Nguyễn Đức Khánh)

IM LẶNG
SẼ HÓA ĐIÊN

Cha mẹ tôi Việt Nam
Cũng da vàng mũi tẹt
Bị đạp xuống đá lên
Lênh bênh trong bể máu.

Tôi là tên thiếu tháng
Từ lồng kinh bước ra
Cùng một nỗi phiền muộn
Trên phận đen mỗi người.

Từng bụm cát xát máu
Trên tay lũ con Tây
Trút vào mũi vào miệng
Thằng bé con Việt Nam.

Bằng hai tay nắm chặt
Bằng quả cảm trong thân
Từng dấu chân chiu chắt
Giữa dòng sống mù sương.

Ước mơ nào trong mắt
Mùa xuân của ấu thơ
Từng đêm nằm se sắt
Nghe tiếng thầm bơ vơ.

Đi giữa trời khuya khoắt
Tôi nhỏ to một mình
Đi giữa trời khuya khoắt
Tôi hét vào tuổi tôi
Tôi đá vào trí não
Mọi cửa trong châu thân
Tôi vật tung hết ráo.

Cùng một nỗi phiền muộn
Trên phận đen mỗi người.

(1962)

CHỈ SE TÌNH ĐÃ ĐỨT

Xớ rớ giữa xó đời
Nhỏ to cùng mộ bia
Lòng khua cho động ván
Vang vang tiếng sầu than...

Chim muông còn nhớ tổ
Người quên tổ quên tông
Nước sông đã cạn nguồn
Chỉ se tình đã đứt.

Con nhớ Mẹ. Mẹ ơi
Cố lội qua xó đời
Và ngẩng mặt nhìn trời...
Trời đen thủi, đen thui.

Con nhớ Mẹ. Mẹ ơi
Nhìn đất thấy ma trơi
Cố lội qua xó đời
Đời buồn thỉu, buồn thiu.

Xớ rớ giữa xó đời
Nhỏ to cùng mộ bia
Nhìn đất rồi nhìn trời
Con nhớ Mẹ. Mẹ ơi!

(California 30-4-2024)

HẢI MẦY CÂM HAY SAO, TAO HỎI MẦY KHÔNG NÓI

Hải mầy đang nhảy xổm
Đang hít đất đang bò
Đang tháo súng ráp súng
Nơi quân trường Quang Trung...

Hay đang vuốt nước mắt
Trong một cuộc hành quân
Súng quay hoài vào ngực
Hải mầy câm hay sao
Tao hỏi mầy không nói.

Hay mầy đã đào ngũ
Vào ra như trò chơi
Hên xui như canh bạc
Lêu bêu như nước mình
Hải mầy câm hay sao
Tao hỏi mầy không nói.

Hay mầy đang vào chùa
Như tao vào xưa kia
Hay mầy đang ra chùa
Như tao ra xưa kia
Tìm hoài không ra Phật
Hải mầy câm hay sao
Tao hỏi mầy không nói.

Tao hỏi mầy không nói?

(Hawaii 1969)

(*) Vũ Ngọc Hải, bút hiệu Nguyễn Phan Duy tác giả tập thơ "Hoang Thai" xuất bản năm 1963. Một tập thơ làm dậy sóng trong làng thơ miền Nam lúc bấy giờ vì không những thơ hay mà Nguyễn Phan Duy còn "thách đố thơ" với thơ của các bậc đàn anh. Ngoài ra, Nguyễn Phan Duy còn là một nhà lý luận văn học, xã hội và chính trị tài hoa với bút hiệu Nguyễn Dã Thảo trên các báo. Sau năm 1975, Nguyễn Phan Duy rơi vào vực thẳm, bị trầm cảm và mất trong bệnh tật.

TÌNH YÊU tranh Hồ Thành Đức

NHƯ MỘT
SỚM MAI HỒNG

Có thật anh nằm mơ
Hôn lấy đôi nụ hồng
Như một sớm mai hồng
Với nhiều tình nhớ không.

Có thật anh đã quên
Quên nơi cõi đời này
Có một chàng thi sĩ
Quên là mình quạnh hiu.

Có thật anh vừa run
Hôn lấy con mắt buồn
Hôn lấy hạt sương đọng
Buồn như một tình yêu.

Có thật trăm búp hoa
Lót đường lưng em ngã
Có thật nghìn xót xa
Úp nơi trái tim này.

Yêu quá đi chim phụng!
Kêu sao cho nhớ hoài
Sao cho lòng không phai.

Yêu quá đi chim phụng!
Thơ bay và tình cũng
Bay thơm đầy sớm mai.

(Biên Hòa 1972)

Thơ: Phương Tấn
Phổ nhạc: Nhạc sĩ Phan Ni Tấn
Trình bày: Ca sĩ Thanh Sang

THƯƠNG CHI MÀ THƯƠNG QUÁ

Nắng nghiêng nghiêng e ấp
Đường quê nghiêng bóng dừa
Em nghiêng về tôi mãi
Dập dềnh theo bóng trưa.

Có đôi chim tắm nắng
Reo vui cơn gió tình
Thấp thoáng đôi cò trắng
Ngỡ đất trời lung linh

Ơi cô gái nho nhỏ
Cõng em qua cầu cây
Đôi trâu kề nhau ngó
Nước sông lồng bóng mây.

Tôi hôn một nụ hoa
Hóa ra nụ hôn đầu
Tôi ngắt một cành hoa
Hóa ra trái tim em.

Tôi ngâm thơ khe khẽ
Em thỏ thẻ khen hay
Ngoài kia đôi chim sẻ
Cũng nhỏ nhẹ khen hay.

Gió se sẻ cúi hôn
Thì thào thương luống mạ
Tôi se sẻ cúi hôn
Thương chi mà thương quá!

(Đức Hòa 1986)

Thơ: Phương Tấn
Phổ nhạc: Nhạc sĩ Phan Ni Tấn
Phổ nhạc: Nhạc sĩ Thanh Sử
Trình bày: Ca sĩ Thanh Sang

QUẢY GÁNH LÊN NÚI CHƠI

Bỏ em riêng một thúng
Còn thúng xếp sách xưa
Vứt lượt là áo thụng
Quảy gánh lên núi chơi.

Lách ra khỏi xó đời
Quảy gánh lên núi chơi
Thả bằng hết bong bóng
Bay bằng hết trong trời.

Ngại đời xa lắm bụi
Ta phủi sạch tâm mình
Ngại bèo mây bám đuổi
Lòng ủ đầy tiếng kinh.

Em níu lòng cho chắc
Lúc lách qua xó đời
Ta giữ lòng đà chặt
Quẩy gánh lên núi chơi.

(2022)

Thơ: Phương Tấn
Phổ nhạc và trình bày: Nhạc sĩ Phan Ni Tấn
Phổ nhạc và trình bày: Nhạc sĩ Anh Huỳnh

NÓI CHUYỆN ĐỜI VỚI NÚI

Nắng lúng la lúng liếng
Đắp mây, lòng nhẹ tênh
Cỏ cây cười luôn miệng
Gió gieo đầy tiếng chim.

Suối ríu ra ríu rít
Sương long lanh long la
Ruột rà, ta và núi
Kinh khổ bàn đôi câu.

Quấn quanh mớ dục lạc
Tát sạch, thế gian ơi
Dạ xoa ngỡ Bồ tát
Mê lạc chi bóng đời.

Bàn đôi câu kinh khổ
Bóng và thân trống không
Bùn lầy, sen vẫn ngộ
Chợt thấy lòng lóng trong.

Hỏi chi ta và núi
Chỉ là tri kỷ thôi
Hỏi chi cát và bụi
Ươm từ thuở phù du.

Hỏi chi thời ly loạn
Lặng im. Im lặng thôi.

(California 12-2022)

MỘT TRANG KINH VIẾT LẠI

Và khi anh thụ thai
Sẽ không còn bóng tối
Sẽ không còn tội lỗi
Anh lại càng yêu em.

Và khi anh thụ thai
Em không còn cô độc
Và khi anh biết khóc
Anh lại càng yêu em.

Và khi anh thụ thai
Một trang kinh viết lại
Một nỗi đau nhớ mãi
Anh thật sự yêu em.

(1976)

DAN DÍU CHI BỤI TRẦN

Chim sẻ ngỡ đại bàng
Võng lọng chật thế gian
Tâm, lan mầm lửa dục
Hỏi chi đời trầm luân.

Ô hay sông cạn kiệt
Khô quắt sợi nắng xuân
Tịnh lòng, tâm tĩnh lặng
Phật không thần, chẳng sư.

Vải che nào có túi
Dan díu chi bụi trần
Người tiếp người qua núi
Bước theo bước chân như.

Qua sông hãy bỏ bè (*)
Mây trắng. Mây trắng trong.
Lòng thấy lòng nhẹ bổng
Sinh không.Tử cũng không!

___
(*) Lời Phật dạy.

(2023)

TƯỢNG NƯỚC MẮT tranh Hồ Thành Đức

CON VẬT
CÓ HAI CHÂN

Đêm nay giữa chiến khu
Ai cười như rót máu
Nhỏ xuống quan tài tôi
Lăn trong cùng kẽ ván
Nhỏ trong cùng đêm đen
Lăn trong cùng nỗi chết
Nhỏ trong cùng thân tôi.

Bầy người bầy người nữa
Da vàng hơn buổi chiều
Những buổi chiều Việt Nam
Qua những con đường chết.

Người chết người chết nữa
Những cái đầu ai kia
Cùng những cánh tay rời
Những cái mình ai kia
Lửa thơm mùi thịt mới.

Con vật có hai chân
Tôi cười sao như khóc
Con vật có hai chân
Tôi khóc sao như cười.

Cười mà rơi nước mắt
Con vật có hai chân
Khóc mà ngỡ như cười
Con vật có hai chân.

Trời không còn phương đậu
Đất không còn quê hương!

(Mậu Thân 1968)

MỘT NI CÔ TỰ THIÊU Ở KHÁNH HÒA

Ta nhắp chút trà khuya
Tiếng cuốc kêu buồn lạ
A, lửa cháy ngoài kia
Tội cho thời giặc giã
Thiêu lấy mình làm vui.

Lửa cháy lửa lại cháy
Quặt quẹo cả hơi kinh
Chúng sinh ê a lạy
Vọng động phường vô minh.

Tội cho thời giặc giã
Lòng chưa tát mịn lòng
Tiếng cuốc kêu buồn lạ
Trống không và rỗng không!

Lửa cháy lửa lại cháy
Phật không ngự nổi đâu
Chúng sinh ê a lạy
Vọng động phường vô minh.

(1963)

_____
(*) Ngày 15 tháng 8 năm 1963, ni cô **Diệu Quang** 27 tuổi tự thiêu tại quận Ninh Hòa, Khánh Hòa.

NAM MÔ A DI ĐÀ
VÀ THÁNH THẦN A MEN

Này lưỡi dao bật sẵn
Nằm trong tay thực dân
Này lưỡi dao bật sẵn
Ghìm sau lưng mỗi người.

Những ngày tháng năm đó
Biển đứng trên núi cao
Kêu người chết thức dậy
Hãy quay vào thành phố
Quay vào chính quê hương
Cùng vỗ chân tán thưởng:

Đồng bào đang giết nhau
Trong giấc mơ ảo tưởng
Đồng bào đang giết nhau
Bằng bùa mê ám chướng
Của những tên hoạt đầu
Chìa ra từ đất thánh
Đổ xuống từ bóng nâu
Nam mô a di đà
Và thánh thần a men!

Sống, em ngơ ngác sống
Giữa huyệt đời trụi trơ
Chết, em bát ngát mộng
Thân Phật rọi tính không! (*)

Hãy cầm dao bước tới
Lũ mặt sắt bọc nhung
Trên xác thân héo rũ
Cứ chia xé tự nhiên
Như chia xé tổ quốc
Như thằng anh thằng em
Giữa hai hàng nến trắng
Sau mỗi lá cờ bay
Cùng lý lẽ mạt máu.

Hãy cầm dao bước tới
Cứ chia xé tự nhiên
Như vòng chân đế quốc
Xoay quanh đầu Việt Nam.

Ôi niềm hy vọng rã
Lịch sử đen tôi đen!

Nào chém tôi cho đã
Các người ơi các người
Nào giết tôi cho hả
Lịch sử đen tôi đen.

Này đồng bào tôi đó
Các người thật nghĩ gì
Khi cam lòng giết nhau
Để giành phần nô lệ
Để giành phần lưu vong.

Này đồng bào tôi đó
Các người thật nghĩ gì
Một Việt Nam vô phúc
Thăm thẳm những hận thù
Nằm giữa áo chùng tu
Chen nhau vào triệt lộ
Nam mô a di đà
Và thánh thần a men.

Ôi niềm hy vọng rã
Lịch sử đen tôi đen!

(Sàigòn 1964)

(*) **Quách Thị Trang** bị trúng đạn trong cuộc biểu tình trước chợ Bến Thành ngày 25 tháng 8 năm 1964. Cô sinh hoạt trong gia đình Phật tử Minh Tâm, Pháp danh Diệu Nghiêm. Sau 1975, CSVN công nhận Quách Thị Trang là liệt sĩ.

NẮNG HẠN

Lên rừng, rừng trơ xương
Xuống sông, sông cạn nước
Nắng tha lửa lên nương
Mây tha sương về núi.

Một con chim cùi cũi
Giữa cơn mơ cháy rừng
Một con thuyền lầm lũi
Lụi hụi giữa đời sông.

Đứng trong trời mênh mông
Tôi nhỏ nhoi chiếc bóng
Thênh thang đôi cánh mộng
Vướng trên ngọn hư không.

Ai ngóng bên kia sông
Ai ngóng bên này sông
Một con thuyền mắc cạn
Một nỗi đau bềnh bồng.

(Sàigòn 1975)

Thơ: Phương Tấn
Phổ nhạc và trình bày: Nhạc sĩ Phan Ni Tấn
Phổ nhạc: Nhạc sĩ Nguyễn Tuấn
Trình bày: Ca sĩ Lâm Dung

THIÊN AN MÔN

Trước hàng song sắt đỏ
Quỷ đánh rơi mặt trời
Sau hàng song sắt đó
Chờn vờn bóng xương phơi.

Phật cũng vừa treo cổ
Chết cùng Chúa đêm qua!

(Hồng Kông 1989)

XÁC DẠT, TRÀN BIỂN ĐÔNG

Mênh mang giữa đất trời
Vang vọng từ núi sông:
"Nước Nam dân Nam ở" (*)
Hào khí dậy biển Đông.

Lời thần nhân lồng lộng
Núi sừng sững trong lòng
Sông đà dồn dã sóng
Hào khí dậy biển Đông.

Xưa là xác mọi Tàu
Cọc đâm, thuyền mắc cạn
Nay là loài quỷ đỏ
Xác dạt, tràn biển Đông.

(2017)

───────

(*) **Nam quốc sơn hà Nam đế cư** (Sông núi nước Nam vua Nam ở) là câu thơ trong bài thơ Nam Quốc Sơn Hà (Sông núi nước Nam) của danh tướng Lý Thường Kiệt.

MẸ VÀ CON, NON VÀ NƯỚC

Đừng. Đừng giết con tôi!
Súng bắn thẳng người mẹ
"Mẹ ơi, con mồ côi..."
Súng bồi thêm người con.

Quỷ đỏ đeo mặt nạ
Giết cả mẹ cùng con
Cướp cả non cùng nước!

Súng quay vào thành phố
Quay vào chính nhân dân
Đâu thể nào tử lộ
Đường đi đến tự do
Mà sẽ là huyệt mộ:
"Chôn kẻ thù nhân dân."

Quỷ đỏ đeo mặt nạ
Giết cả mẹ cùng con
Cướp cả non cùng nước!

Việt Nam phơi hồn cốt
Lồng lộng giữa đêm đen
Quê hương chỉ có một
Đường đi đến tự do.
Tuổi trẻ chỉ có một
Lý tưởng và lương tri.

Quỷ đỏ đeo mặt nạ
Giết cả mẹ cùng con
Cướp cả non cùng nước!

(2022)

GIẶC THÙ!
GIẶC THÙ ĐÂU?

Bướm nũng na nũng nịu
Dập dìu bên đồng hoa
Hoa nũng nịu nũng na
Điệu đà khoe áo mới.

Gió ghẹo mát đường quê
Trêu lúa cười ngặt nghẽo
Trâu gục gặt hả hê
Nhạn lung linh bóng đổ.

Bồ thóc ủ mùi hương
Mùi quê cha đất tổ
Đời trăm vạn con đường
Chỉ mỗi đường Quê Hương.

Chọn chi con đường khác
Giặc thù! Giặc thù đâu?
Xác trong nhà ngoài ngõ
Chỉ ruột rà, anh em.

Thương quá cơn gió lên
Thơm nồng mùi tử khí
Xót quá quạ kêu đêm
Giặc thù! Giặc thù đâu?

(Quê nhà tháng 6-2023)

BÃO DẬY.
PHƯƠNG BẮC Ư?

A, mình ta đối ẩm
Xã tắc ngộ quá đi
Bận chi thời lạ lẫm
Ta cười chết đi thôi!

Kệ, mình ta đối ẩm
Tướng mà lẩn trong dân
Quân mà mặc giáp trắng
Kiếm cung cũng biếng cầm.

Kệ, mình ta đối ẩm
Dân quá đỗi trầm tư
Khi quanh thành lửa ngậm
Bão dậy! Phương Bắc ư?

A, mình ta đối ẩm
Đối ẩm. Kệ mình ta
Kể chi thời lạ lẫm
Ta cười chết đi thôi!

(2023)

MÙA XUÂN TRÊN QUÊ HƯƠNG
tranh **Hồ Thành Đức**

CHẢO LỬA
TRỤNG CƠ ĐỒ

Chúng nó bán quê hương
Chúng nó bán mình rồi
Làm người dân khi chết
Không cọng cỏ che thân.

Giặc tràn từ phương Bắc
Chảo lửa trụng cơ đồ
Cháy ngàn năm chưa tắt
Chảo lửa trụng cơ đồ
Quê hương bầm vết cắt
Cứa mối sầu khôn nguôi.

NƯỚC NAM
DÂN HÁN Ở

Thôi ngày đà khép mắt
E không mở bao giờ
Đêm trườn mình ve vẩy
Đêm, ôi đêm ôi đêm!

Đêm của loài quỷ đỏ
Chấm máu ăn thịt người
Nhai gan mừng tuổi thọ
Định mệnh đêm sát nhân
Nước Nam dân Hán ở. (*)

Đêm, ôi đêm ôi đêm
Đêm cười như tiếng nấc
Đắng nghẹn cả biển vàng
Đêm cười như rót đạn
Giết cả một giang san!

(*) **Nam quốc sơn hà Nam đế cư** *(Sông núi nước Nam vua Nam ở) là câu thơ trong bài thơ Nam Quốc Sơn Hà (Sông núi nước Nam) của danh tướng Lý Thường Kiệt.*

Thơ: Phương Tấn
Phổ nhạc và trình bày: Nhạc sĩ Võ An Nhơn

BÓNG MA VÀ TÀU LẠ

Ồ, đâu phải bóng ma
Và đâu phải tàu lạ
Là một loài quỷ đỏ
Nuốt biển đảo quê ta!

Chúng ôm bom khiêu vũ
Trên quá khứ cha ông
Mong giết đi lịch sử
Xóa nhòa tổ tông ta!

LỤC DỤC
MÙI NHÂN GIAN

Và niềm bí mật ấy
Khắp phố phường chúng ta
Những áo cơm quay quẩy
Trong xác thân mỗi người.

Trên kênh rạch lụp xụp
Dưới gầm cầu tối tăm
Hắt hiu tầng địa ngục
Lục dục mùi nhân gian.

VỚT MỘT ĐỜI LÊU BÊU

Dòng kênh đen lầy lội
Lặng lờ con xóm tối
Em vớt rau dạt bèo
Vớt một đời lêu bêu.

NGẨN NGƠ ĐỜI BẠC MỆNH

Chị bươi trong rác rến
Bươi cùng chuột cùng mèo
Ngẩn ngơ đời bạc mệnh
Quên bẵng một tiếng kêu!

BIỂN,
THỦY MỘ TRẮNG PHAU

Oằn lưng đèo cá chết
Biển, thủy mộ trắng phau
Đất miền Trung bạc phếch
Lệt sệt sóng dìu nhau.

Giọt lệ rơi thành muối
Hòa vào giữa biển khơi
Những vòng đời lầm lũi
Quay ngắc ngoải giữa trời!

DÌM
BAO NỖI OAN SÂU

Nhà tù như tóc bạc
Trắng phếu cả mái đầu
Dòng sông như cơn khát
Dìm bao nỗi oan sâu!

SÓNG DẬY TỪ NHÂN DÂN

Việt Nam Việt Nam ơi
Thánh thần treo cổ chết
Lịch sử bước ra đường
Đương chổng đầu xuống đất
Nhìn quê hương lăn quay
Cùng một loài quỷ đỏ!

Việt Nam Việt Nam ơi
Nào cúi sâu lòng đất
Rồi soi sâu lòng mình
Sóng dậy từ nhân dân
Đâu lẽ nào vô vọng
Và lẽ nào nín thinh?

HÃY ĐEM
RẢI MẶT TRỜI

Này anh em tôi ơi
Hãy đem rải mặt trời
Giữa ruộng vườn nứt nẻ
Hãy đem rải mặt trời
Lên mỗi lòng quạnh quẽ
Tay đã đầy tình thương
Hồn đã căng đầy gió
Hãy đem rải mặt trời
Việt Nam một ngày mới!

Tôi mừng tổ tiên tôi
Đã cho tôi lịch sử
Và mừng anh em tôi
Cùng bừng bừng bước tới.

Hãy đem rải mặt trời
Việt Nam một ngày mới!

(Việt Nam 2017)

(*) **Vớt Bình Minh Trong Đêm** *gồm 10 bài thơ 5 chữ: Chảo Lửa Trụng Cơ Đồ, Nước Nam Dân Nam Ở, Bóng Ma Và Tàu Lạ, Lục Dục Mùi Nhân Gian, Vớt Một Đời Lêu Bêu, Ngẩn Ngơ Đời Bạc Mệnh, Biển, Thủy Mộ Trắng Phau, Dìm Bao Nỗi Oan Sâu, Sóng Dậy Từ Nhân Dân, Hãy Đem Rải Mặt Trời.*

TRÊN ĐỒI GOLGOTHA
tranh **Hồ Thành Đức**

PHƯƠNG TẤN

Tên thật: Nguyễn Tấn Phương
Sinh năm 1946 tại Đà Nẵng.

* Các bút hiệu đã ký:

Phương Tấn, Nguyễn Tấn Phương, Hồ Tịch Tịnh, Thích Như Nghi, Người Thành Phố, NTP, Chị Ngọc Ngà, Phương Phương, Hồng Ân, Thái Thị Yến Phương...

*** Các báo đã cộng tác:**

Tuổi Xanh, Tuổi Ngọc, Tuổi Hoa, Tinh Hoa, Áo Trắng, Mây Hồng, Phượng Hồng, Thằng Bờm, Phổ Thông, Mai, Thời Nay, Bách Khoa, Văn, Văn Học, Dân Ta, Ngàn Khơi, Khởi Hành, Hồn Văn, Tiểu Thuyết Tuần San, Quật Khởi, Cấp Tiến, Văn Nghệ Tiền Phong, Phụ Nữ Diễn Đàn, Độc Lập, Đuốc Nhà Nam, Thế Hệ Trẻ, Ngôn Luận, Dân Chủ, Hòa Bình, Thế Đứng, Bạn, Bạn Trẻ, Công Luận, Thực Tế, Gió Mới, Kiến Thức Ngày Nay, Thể Thao, Thể Thao Ngày Nay, Thanh Niên Thể Thao, Văn Nghệ & Đời Sống, Điện Ảnh & Kịch Trường, Văn Tuyển, Văn Chương, Chiến Sĩ Cộng Hòa, Sài Gòn Mới, Đối Thoại (Đại học Văn Khoa), Lý Tưởng (Không Quân), Mối Dây (Hướng Đạo), Thương Yêu (Du Ca), Diệu Quang (Phật Giáo), Lập Trường (Huế), Sức Mạnh (Đà Nẵng), Sóng (Tuy Hòa), Thư Quán Bản Thảo, Thế Giới Văn Học, Văn Hữu, Người Việt, Việt Báo, Việt Mỹ, Ngôn Ngữ...

Và các trang mạng: Newvietart, Núi Ấn Sông Trà, Vuôngchiếu, Saimonthidan, Thang-phai.blogspot, Học xá, Văn Thơ Lạc Việt, Tuongtri, Banvannghe, Art2all.net, Dutule.com, Saigon_ocean, Việt Luận Úc Châu, Vanchuongviet, Sangtao.org...

* Chủ bút các tạp chí:

1. *Sau Lưng Các Người* (1963)
2. *Cùng Khổ* (1968)
3. *Ngôn Ngữ* (1973)
4. *Ngôi Sao Võ Thuật* (1999 - 2010).
5. *Sổ Tay Võ Thuật* (1992 - 2014).

* Trong Ban chủ biên:

1. *Nghiên Cứu Võ Thuật* (1990)
2. *Tìm Hiểu Võ Thuật* (1990 -1992)

* Khởi xướng tại Việt Nam:

1. The International Festival Of Vietnamese Traditional Martial Arts (Liên Hoan Quốc Tế Võ Cổ Truyền Việt Nam).
2. Hong Bang World Martial Arts Festival (Đại hội Võ thuật Thế giới Hồng Bàng).

Tác phẩm đã xuất bản:

1. *Rừng* (thơ in chung 1963, tuyệt bản).
2. *Vỡ* (thơ in chung 1965, tuyệt bản).
3. *Thơ Tình Của Một Thi Sĩ Việt Nam Trên Đất Mỹ* (xuất bản tại Hoa Kỳ đầu năm 1970, tái bản tại Việt Nam cuối năm 1970, tuyệt bản. Lưu trữ tại Cornell University Library USA năm 1970). "Đọc thơ Phương Tấn" được tổ chức tại Texas, Hoa Kỳ đêm mồng một Tết Việt Nam 1971).
4. *Khổ Lụy* (thơ 1971, tuyệt bản).
5. *Trai Việt Gái Mỹ* (ký sự 1972, tuyệt bản).
6. *Hòa Bình Ta Mơ thấy Em* (bút ký 1972, tái bản 1974, tuyệt bản).
7. *Võ Sư, Đại Lực Sĩ Hà Châu - Phá Sơn Hồng Gia Quyền* (Võ thuật, 1992).
8. *Sáu Khuôn Mặt Võ Lâm Việt Nam* (Võ thuật, 1992).
9. *Wushu - Võ Thuật Trung Hoa Cổ điển & Hiện Đại* (Với Grand master Nguyễn Lâm, 1994).
10. *Quảng Nam Võ Đạo* (Võ thuật, một bộ 2 cuốn, 1995).
11. *Thái Cực Võ Đạo* (Võ thuật, 1997).
12. *Antoine Le Conte, Người Mang Theo Quê Hương - Antoine Le Conte, Celui Qui Porte Son Pays Dans*

Son Coeur (Võ thuật, Việt - Pháp, 2008).
13. *Những Người Mở Đường Đưa Võ Việt Ra Thế Giới - Pioneers Who Have Paved The Way For Vietnamese Martial Arts To The World* (Võ thuật, Việt - Anh - Pháp xuất bản 2012, tái bản 2014).
14. *Di Bút Của Một Người Con Gái* (Thơ, bút hiệu Thái Thị Yến Phương xuất bản 2017, tái bản 2019).
15. *Lục Bát Phương Tấn* (Thơ 2018, tái bản 2023).
16. *Lung Linh Tình Đầu* (thơ 2023).
17. *THƠ PHƯƠNG TẤN - Tuyển tập 1* (Thơ 2023).
18. *Tuyển tập thơ văn THƯA MẸ* (2024).
19. *Vớt Bình Minh Trong Đêm* (Thơ 5 chữ, 2024).
20. *Chết Sững Cơn Mơ* (Thơ 2024)

* *Tác phẩm sẽ xuất bản:*

1. Hòa Bình Ta Mơ Thấy Em (bút ký, tái bản lần thứ hai có bổ sung).
2. Đà Nẵng - Máu, Nước Mắt và Tôi (Ký sự nhiều kỳ đã đăng trên nhật báo Độc Lập tháng 4-1975) + Nguyễn Thành Trung - Người Dội Bom Dinh Độc Lập Là Ai? (Bài tường thuật đã đăng trên nhật báo Độc Lập tháng 4-1975).
3. Những Ngọn Nến Trong Cõi Ta Bà (Bút ký).
4. Tuyển tập thơ văn THƯA MẸ (Tái bản lần thứ nhất).
5. Lung Linh Tình Đầu (Thơ tái bản lần thứ nhất).
6. Phương Tấn - Bạn Văn, Báo Chí, Dư Luận.
7. Tự Điển Võ Việt (Biên soạn).

*** Thơ Phương Tấn có trong:**

1. *Nhân Chứng* (150 tác giả hiện đại, Cơ sở XB Nhân Chứng 1967).
2. *Thơ Miền Nam Trong Thời Chiến* (Bộ sách 2 cuốn do Thư Ấn Quán - Hoa Kỳ xuất bản tại Hoa Kỳ năm 2009).
3. *Văn Học Miền Nam 1954 - 1975* (Bộ sách 2 cuốn. Nhận định, Biên khảo, Thư tịch do nhà phê bình văn học Nguyễn Vy Khanh biên soạn, Toronto Nguyễn Publishings xuất bản năm 2016, tái bản năm 2018).
4. *Tác Giả Việt Nam - Vietnamese Authors* (Lê Bảo Hoàng sưu tập. Songvan Magazine xuất bản năm 2005, NXB Nhân Ảnh - Hoa Kỳ tái bản lần thứ nhất năm 2006, tái bản lần thứ hai năm 2017, tái bản lần thứ ba năm 2020).
5. *Chân Dung Văn Nghệ Sĩ Việt* (Bộ sách 2 cuốn. Nhà phê bình văn học, nhà thơ Ngô Nguyên Nghiễm biên soạn và giới thiệu qua 15 bộ môn văn học nghệ thuật Việt Nam. NXB Hội Nhà Văn xuất bản năm 2016 và 2018).
6. *Chân Dung Bạn Văn* (Nhà thơ, nhạc sĩ Phan Ni Tấn biên soạn và giới thiệu qua Online).
7. *Theo Gót Thơ* (Hà Khánh Quân tuyển chọn và

giới thiệu. NXB Nhân Ảnh - Hoa Kỳ xuất bản năm 2018).
8. *Hư Ảo Tôi* (Nhà thơ Tôn Nữ Thu Dung và Tạp chí văn học Tuong Tri - Hoa Kỳ tuyển chọn và giới thiệu. NXB Tuong Tri xuất bản năm 2018).
9. *Thơ Việt Đầu Thế Kỷ 21* (Nhà thơ Luân Hoán, nhà thơ Lê Hân, nhà văn - họa sĩ Khánh Trường tuyển chọn. NXB Nhân Ảnh - Hoa Kỳ xuất bản năm 2019).
10. *43 Năm Văn Học Việt Nam Hải Ngoại* (Bộ sách gồm 7 cuốn do nhà phê bình văn học Nguyễn Vy Khanh, nhà thơ Luân Hoán, nhà văn - họa sĩ Khánh Trường thực hiện. NXB Mở Nguồn - Hoa Kỳ xuất bản năm 2019).
11. *Những Vần Thơ Chạm Lửa* (Nhà phê bình, nhận định thơ Nguyễn Xuân Dương biên soạn và giới thiệu. NXB Đại học Thái Nguyên xuất bản năm 2019).
12. *Về Nhánh Sông Xưa* (Nhà thơ Cao Thoại Châu tuyển chọn và giới thiệu. NXB Hội Nhà Văn xuất bản năm 2019).
13. *10 Nhà Thơ Việt* (Chuyên đề "Suối Nguồn" do nhà phê bình văn học, nhà thơ Ngô Nguyên Nghiễm biên soạn và giới thiệu. NXB Hội Nhà Văn xuất bản năm 2019).

14. *Thơ Những Người Thua Cuộc - Poems Of The Losers* (Nhà thơ, dịch giả Nguyễn Hữu Thời tuyển chọn và dịch thuật. NXB Sống - Hoa Kỳ xuất bản năm 2019).
15. *Thơ Người Việt Ở Hải ngoại* (Nhà thơ Lý Phượng Liên và nhà thơ Nguyễn Nguyên Bảy tuyển chọn. NXB Hội Nhà Văn xuất bản năm 2019).
16. *Tình Nghĩa Mẹ Cha* (NXB Nhân Ảnh - Hoa Kỳ tuyển chọn và xuất bản năm 2020).
17. *Nhà Thơ Nhà Văn Việt Giữa Thế Kỷ XX* (Một bộ 3 cuốn do nhà phê bình văn học, nhà thơ Ngô Nguyên Nghiễm biên soạn và giới thiệu, NXB Hội Nhà Văn xuất bản năm 2020).
18. *Tuyển Thơ Tình Người tập 1 & 2* (Nhà thơ Lê Quý Long tuyển chọn, NXB Đồng Nai xuất bản 2022).
19. *Tình Thơ Quê Hương* (NXB Nhân Ảnh - Hoa Kỳ tuyển chọn và xuất bản năm 2023).
20. *Cuộc Phẫu Thuật Văn Chương* (Nhiều tác giả. Nhà thơ Lê Mai Lĩnh tuyển chọn, NXB Nhân Ảnh - Hoa Kỳ xuất bản năm 2023).
21. *Nhịp Điệu Việt - The Rhythm Of VietNam* (Nhiều tác giả. Nhà thơ, dịch giả Võ Thị Như Mai tuyển chọn và chuyển ngữ, NXB Hội Nhà Văn xuất bản năm 2023).

...

VỚT BÌNH MINH TRONG ĐÊM

MỤC LỤC

1. Hãy vui như tình đắng 35
2. Theo cơn mưa giữa đời 37
3. Lệ cười như trút lá 39
4. Vướng nơi thân khổ lụy 40
5. Sầu điên ta sầu điên 42
6. Một nụ hồng quạnh quẽ 44
7. Đừng hỏi sao tôi khóc 45
8. Buồn như trăng nhớ ai 46
9. Bên dòng sông chiêm bao 48
10. Đùa giữa vườn u minh 50
11. Người ngày xửa ngày xưa 51
12. Đợi bóng 55
13. Mẹ ơi, con không về kịp Tết 56
14. Cuốn trôi giấc mơ tiên 58
15. Tuổi trẻ đen đêm đen 60
16. Mẹ, bà Tiên bất hạnh 61
17. Mẹ ngủ ngoan con thương 62
18. Chết sững giữa cơn mơ 64

19. Yêu Mẹ, chỉ Mẹ thôi 66
20. Con khóc đây Mẹ ơi! 68
21. Mẹ cười giữa tâm con 69
22. Bước ra từ nhà thương điên Biên Hòa 73
23. Chợt thấy đời đã cạn 75
24. Bắt bóng 76
25. Người nói chuyện với mộ bia 77
26. Cơn mưa chiều úa rã 78
27. Lửa gai và bão dữ 79
28. Cùi cũi 81
29. Chớ điên chớ bảo điên 82
30. Đắng và cay 84
31. Vâng, một đời khổ lụy 85
32. Reo vui giữa huyệt đời 87
33. Chèo queo giữa phận đời 88
34. Vào những ngày có kinh nguyệt 90
35. Đời lấm lem bụi khổ 92
36. Biển hiểu ta hơn người 94
37. Im lặng sẽ hóa điên 96
38. Chỉ se tình đã đứt 98
39. Hải mầy câm hay sao,
    tao hỏi mầy không nói 100
40. Như một sớm mai hồng 105
41. Thương chi mà thương quá 107
42. Quảy gánh lên núi chơi 109

43. Nói chuyện đời với núi 111
44. Một trang kinh viết lại 113
45. Dan díu chi bụi trần 114
46. Con vật có hai chân 119
47. Một ni cô tự thiêu ở Khánh Hòa 121
48. Nam Mô A Di Đà và thánh thần A Men 123
49. Nắng hạn 128
50. Thiên An Môn 130
51. Xác dạt, tràn biển Đông 131
52. Mẹ và Con - Non và Nước 132
53. Giặc thù! Giặc thù đâu? 134
54. Bão dậy. Phương Bắc ư? 136
55. Chảo lửa trụng cơ đồ 141
56. Nước Nam dân Hán ở 142
57. Bóng ma và tàu lạ 144
58. Lục dục mùi nhân gian 145
59. Vớt một đời lêu bêu 146
60. Ngẩn ngơ đời bạc mệnh 147
61. Biển, thủy mộ trắng phau 148
62. Dìm bao nỗi oan sâu 149
63. Sóng dậy từ nhân dân 150
64. Hãy đem rải mặt trời 151

Liên Lạc Tác Giả
Phương Tấn
phuongtanlacdatuton@yahoo.com

Liên Lạc Nhà Xuất Bản
Nhân Ảnh
han.le3359@gmail.com

www.ingramcontent.com/pod-product-compliance
Lightning Source LLC
LaVergne TN
LVHW021958060526
838201LV00048B/1619